આપણી ધરતીનાં નવીનભર્યા રંગ

All the Colours of the Earth

SHEILA HAMANAKA

MANTRA LONDON

Gujarati Translation by Gita Patel

Copyright © 1994 Sheila Hamanaka
Gujarati Text Copyright © 1996 Mantra Publishing Ltd.

First published in 1994 by William Morrow and Company Inc.,
1350 Avenue of the Americas, New York, NY 10019.

Mantra Publishing Ltd
5 Alexandra Grove
London N12 8NU

To Suzy and Kiyo and all the other children of the earth

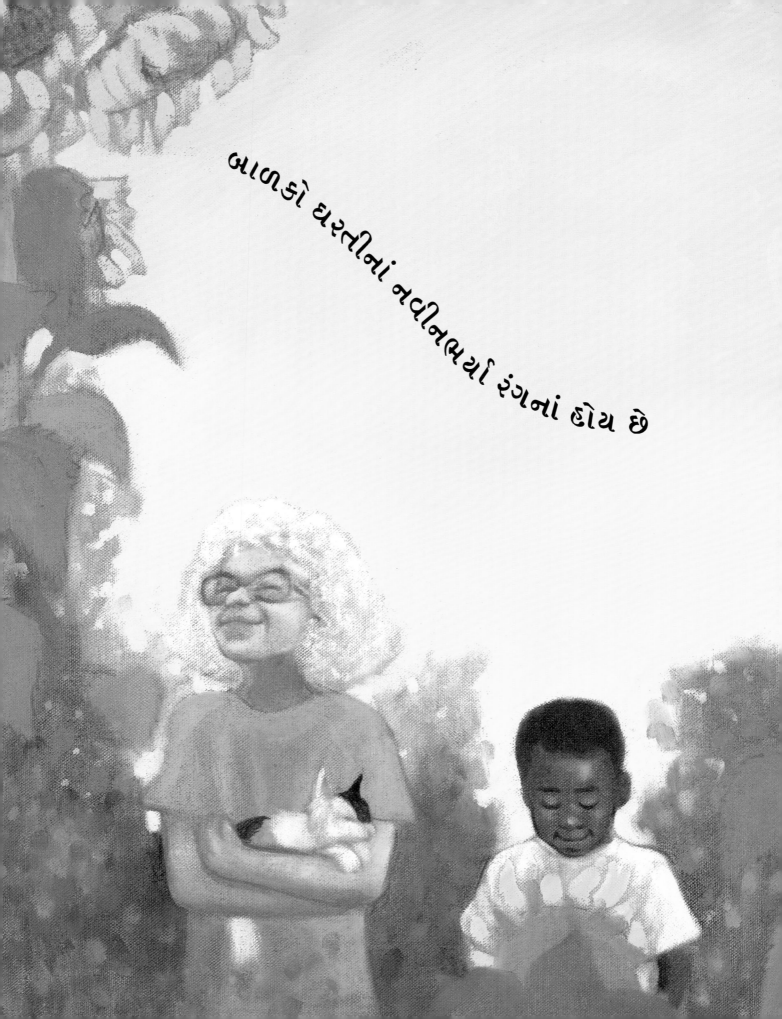

બાળકો ધરતીનાં નવીનભર્યા રંગનાં હોય છે

Children come in all the colours of the earth -

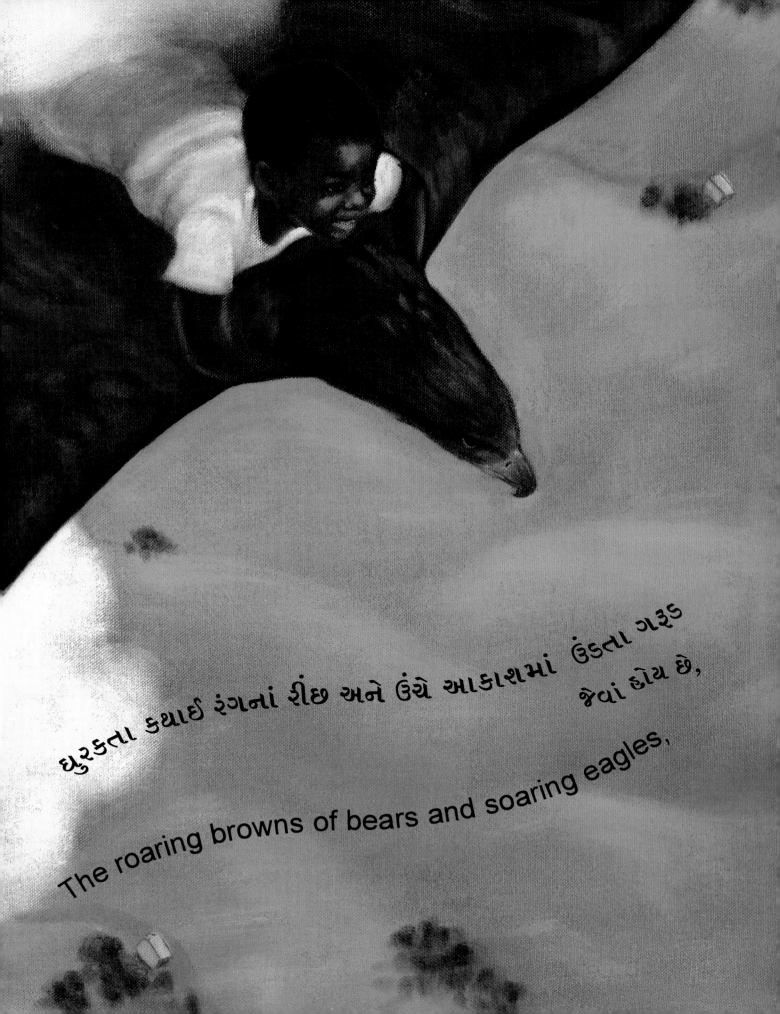

ઘુરકતા કથાઈ રંગનાં રીંછ અને ઉંચે આકાશમાં ઉંડતા ગરૂડ
જેવાં હોય છે,

The roaring browns of bears and soaring eagles,

ઉનાળામાં ગુસ પુસ કરતાં સોનેરી ઘાંસ જેવાં,

The whispering golds of late summer grasses,

અને રતુંબડા પાંદડામાંથી આવતા ફટ ફટ અવાજ જેવાં,

And crackling russets of fallen leaves,

ગરજતાં સાગરમાં ટન ટન થતી ઝીણી ગુલાબી

છીપલીઓ જેવાં હોય છે.

The tinkling pinks of tiny seashells
by the rumbling sea.

આવે છે બાળકો જેનાં વાળ ઉછળતાં ઘેંટાનાં બચ્ચા જેવાં હોય છે,
Children come with hair like bouncy baby lambs,

અથવા તો પાણીનાં રેલા જેવાં વાળ
સાથે આવે છે,

Or hair that flows like water,

અથવા ગુંચવાયેલા વાળ જે ઉંઘતી બીલ્લીનાં રંગ જેવાં દેખાય છે.
Or hair that curls like sleeping cats in snoozy cat colours.

Children come in all the colours of love,
In endless shades of you and me.

બાળકો પ્રેમનાં ઘણા બધા રંગમાં સાવે છે,
હું અને તું ગણાય નહી તેટલાં રંગમાં આવ્યે છીએ.

પ્રેમથી ભરેલાં તજ, અખરોટ અને ઘંઉં,

For love comes in cinnamon,
walnut, and wheat,

પ્રેમ અંબર અને હાથી દાંત કેસરી અને મીઠો પણ હોય છે.

Love is amber and ivory and ginger and sweet

પ્રેમ ગોળ અને મધ જેવો મીઠો હોય છે.
Like caramel, and chocolate, and the honey of bees.

દીપડાના મીંડા જેવો શ્યામ અને રેતી જેવો તેજસ્વી હોય છે,

Dark as leopard spots, light as sand,

બાળકોનું ગુંજરાવભર્યુ હાસ્ય આપણી ધરતીને ચુમી લે છે,

Children buzz with laughter that kisses our land,

સાથે સાથે સૂરજનું તેજ આનંદી અને મુકત પતંગિયા જેવુ લાગે છે.

With sunlight like butterflies happy and free,

બાળકો ધરતી આકાશ અને સાગરનાં નવીન
ભર્યા રંગ જેવાં હોય છે.

Children come in all the colours
of the earth and sky and sea.